Week of _____    Quote of the week _____

Monday

Tuesday

Wednesday

Thursday

Friday

Saturday        Sunday

To do:

Notes

AF119424

Week of _____

Quote of the week _____

Monday

Tuesday

Wednesday

Thursday

Friday

Saturday

Sunday

To do:
- [ ] _____
- [ ] _____
- [ ] _____
- [ ] _____
- [ ] _____
- [ ] _____
- [ ] _____
- [ ] _____
- [ ] _____
- [ ] _____
- [ ] _____
- [ ] _____
- [ ] _____
- [ ] _____
- [ ] _____
- [ ] _____
- [ ] _____

Notes

Week of _____    Quote of the week _____

Monday

Tuesday

Wednesday

Thursday

Friday

Saturday    Sunday

To do:

☐ _____
☐ _____
☐ _____
☐ _____
☐ _____
☐ _____
☐ _____
☐ _____
☐ _____
☐ _____
☐ _____
☐ _____
☐ _____
☐ _____
☐ _____
☐ _____

Notes

# Week of _____ Quote of the week _____

**Monday**

**Tuesday**

**Wednesday**

**Thursday**

**Friday**

**Saturday**  **Sunday**

**To do:**

- [ ] _____
- [ ] _____
- [ ] _____
- [ ] _____
- [ ] _____
- [ ] _____
- [ ] _____
- [ ] _____
- [ ] _____
- [ ] _____
- [ ] _____
- [ ] _____
- [ ] _____
- [ ] _____
- [ ] _____
- [ ] _____

**Notes**

# Week of _____      Quote of the week _____

## Monday

## Tuesday

## Wednesday

## Thursday

## Friday

## Saturday            Sunday

## To do:
- [ ] _____
- [ ] _____
- [ ] _____
- [ ] _____
- [ ] _____
- [ ] _____
- [ ] _____
- [ ] _____
- [ ] _____
- [ ] _____
- [ ] _____
- [ ] _____
- [ ] _____
- [ ] _____
- [ ] _____
- [ ] _____

## Notes

Week of _____    Quote of the week _____

Monday

Tuesday

Wednesday

Thursday

Friday

Saturday          Sunday

To do:

Notes

# Week of _____  Quote of the week _____

## Monday

## Tuesday

## Wednesday

## Thursday

## Friday

## Saturday        Sunday

### To do:
- [ ] _____
- [ ] _____
- [ ] _____
- [ ] _____
- [ ] _____
- [ ] _____
- [ ] _____
- [ ] _____
- [ ] _____
- [ ] _____
- [ ] _____
- [ ] _____
- [ ] _____
- [ ] _____
- [ ] _____
- [ ] _____
- [ ] _____
- [ ] _____

### Notes

Week of _____   Quote of the week _____

Monday

Tuesday

Wednesday

Thursday

Friday

Saturday          Sunday

To do:

Notes

Week of _____    Quote of the week _____

Monday

Tuesday

Wednesday

Thursday

Friday

Saturday                Sunday

To do:

Notes

# Week of _____

## Quote of the week _____

### Monday

### Tuesday

### Wednesday

### Thursday

### Friday

### Saturday

### Sunday

### To do:

- [ ] _____
- [ ] _____
- [ ] _____
- [ ] _____
- [ ] _____
- [ ] _____
- [ ] _____
- [ ] _____
- [ ] _____
- [ ] _____
- [ ] _____
- [ ] _____
- [ ] _____
- [ ] _____
- [ ] _____
- [ ] _____

### Notes

Week of _____   Quote of the week _____

Monday

Tuesday

Wednesday

Thursday

Friday

Saturday        Sunday

To do:

Notes

Week of _____    Quote of the week _____

Monday

Tuesday

Wednesday

Thursday

Friday

Saturday     Sunday

To do:

Notes

Week of _____    Quote of the week _____

Monday

Tuesday

Wednesday

Thursday

Friday

Saturday          Sunday

To do:

Notes

**Week of** _____   **Quote of the week** _____

Monday

Tuesday

Wednesday

Thursday

Friday

Saturday

Sunday

To do:

Notes

Week of _____    Quote of the week _____

Monday

Tuesday

Wednesday

Thursday

Friday

Saturday          Sunday

To do:
- [ ] _____
- [ ] _____
- [ ] _____
- [ ] _____
- [ ] _____
- [ ] _____
- [ ] _____
- [ ] _____
- [ ] _____
- [ ] _____
- [ ] _____
- [ ] _____
- [ ] _____
- [ ] _____
- [ ] _____
- [ ] _____
- [ ] _____

Notes

**Week of** _____     **Quote of the week** _____

Monday

Tuesday

Wednesday

Thursday

Friday

Saturday     Sunday

To do:

Notes

Week of _____    Quote of the week _____

Monday

Tuesday

Wednesday

Thursday

Friday

Saturday        Sunday

To do:

Notes

Week of _____    Quote of the week _____

Monday

Tuesday

Wednesday

Thursday

Friday

Saturday                Sunday

To do:

Notes

# Week of _____    Quote of the week _____

**Monday**

**Tuesday**

**Wednesday**

**Thursday**

**Friday**

**Saturday**          **Sunday**

## To do:
- [ ] _____
- [ ] _____
- [ ] _____
- [ ] _____
- [ ] _____
- [ ] _____
- [ ] _____
- [ ] _____
- [ ] _____
- [ ] _____
- [ ] _____
- [ ] _____
- [ ] _____
- [ ] _____
- [ ] _____
- [ ] _____
- [ ] _____

## Notes

Week of _____     Quote of the week _____

Monday

Tuesday

Wednesday

Thursday

Friday

Saturday    Sunday

To do:

Notes

# Week of _____     Quote of the week _____

### Monday

### Tuesday

### Wednesday

### Thursday

### Friday

### Saturday          Sunday

## To do:
- [ ] _____
- [ ] _____
- [ ] _____
- [ ] _____
- [ ] _____
- [ ] _____
- [ ] _____
- [ ] _____
- [ ] _____
- [ ] _____
- [ ] _____
- [ ] _____
- [ ] _____
- [ ] _____
- [ ] _____
- [ ] _____
- [ ] _____
- [ ] _____

## Notes

**Week of** _____    **Quote of the week** _____

Monday

Tuesday

Wednesday

Thursday

Friday

Saturday                Sunday

**To do:**
- [ ] _____
- [ ] _____
- [ ] _____
- [ ] _____
- [ ] _____
- [ ] _____
- [ ] _____
- [ ] _____
- [ ] _____
- [ ] _____
- [ ] _____
- [ ] _____
- [ ] _____
- [ ] _____
- [ ] _____
- [ ] _____
- [ ] _____
- [ ] _____

**Notes**

# Week of _____    Quote of the week _____

## Monday

## Tuesday

## Wednesday

## Thursday

## Friday

## Saturday     Sunday

### To do:

- [ ] _____
- [ ] _____
- [ ] _____
- [ ] _____
- [ ] _____
- [ ] _____
- [ ] _____
- [ ] _____
- [ ] _____
- [ ] _____
- [ ] _____
- [ ] _____
- [ ] _____
- [ ] _____
- [ ] _____
- [ ] _____

### Notes

# Week of _____     Quote of the week _____

**Monday**

**Tuesday**

**Wednesday**

**Thursday**

**Friday**

**Saturday**     **Sunday**

## To do:
- [ ] _____
- [ ] _____
- [ ] _____
- [ ] _____
- [ ] _____
- [ ] _____
- [ ] _____
- [ ] _____
- [ ] _____
- [ ] _____
- [ ] _____
- [ ] _____
- [ ] _____
- [ ] _____
- [ ] _____
- [ ] _____
- [ ] _____

## Notes

Week of _____    Quote of the week _____

Monday

Tuesday

Wednesday

Thursday

Friday

Saturday            Sunday

To do:

Notes

Week of _____   Quote of the week _____

Monday

Tuesday

Wednesday

Thursday

Friday

Saturday                Sunday

To do:

Notes

Week of _____  Quote of the week _____

Monday

Tuesday

Wednesday

Thursday

Friday

Saturday        Sunday

To do :

Notes

# Week of _____   Quote of the week _____

## Monday

## Tuesday

## Wednesday

## Thursday

## Friday

## Saturday   Sunday

### To do:

- [ ] _____
- [ ] _____
- [ ] _____
- [ ] _____
- [ ] _____
- [ ] _____
- [ ] _____
- [ ] _____
- [ ] _____
- [ ] _____
- [ ] _____
- [ ] _____
- [ ] _____
- [ ] _____
- [ ] _____
- [ ] _____
- [ ] _____
- [ ] _____

### Notes

*Week of* _____     *Quote of the week* _____

*Monday*

*Tuesday*

*Wednesday*

*Thursday*

*Friday*

*Saturday*     *Sunday*

*To do:*

- [ ] _____
- [ ] _____
- [ ] _____
- [ ] _____
- [ ] _____
- [ ] _____
- [ ] _____
- [ ] _____
- [ ] _____
- [ ] _____
- [ ] _____
- [ ] _____
- [ ] _____
- [ ] _____
- [ ] _____
- [ ] _____
- [ ] _____
- [ ] _____

*Notes*

# Week of _____     Quote of the week _____

**Monday**

**Tuesday**

**Wednesday**

**Thursday**

**Friday**

**Saturday**     **Sunday**

### To do:
- [ ] _____
- [ ] _____
- [ ] _____
- [ ] _____
- [ ] _____
- [ ] _____
- [ ] _____
- [ ] _____
- [ ] _____
- [ ] _____
- [ ] _____
- [ ] _____
- [ ] _____
- [ ] _____
- [ ] _____
- [ ] _____

### Notes

Week of _____     Quote of the week _____

Monday

Tuesday

Wednesday

Thursday

Friday

Saturday          Sunday

To do:

Notes

*Week of* _____   *Quote of the week* _____

Monday

Tuesday

Wednesday

Thursday

Friday

Saturday              Sunday

*To do:*

☐ _____
☐ _____
☐ _____
☐ _____
☐ _____
☐ _____
☐ _____
☐ _____
☐ _____
☐ _____
☐ _____
☐ _____
☐ _____
☐ _____
☐ _____
☐ _____
☐ _____
☐ _____

*Notes*

Week of _____     Quote of the week _____

Monday

Tuesday

Wednesday

Thursday

Friday

Saturday                Sunday

To do :

Notes

# Week of _____    Quote of the week _____

## Monday

## Tuesday

## Wednesday

## Thursday

## Friday

## Saturday    Sunday

### To do:
- [ ] _____
- [ ] _____
- [ ] _____
- [ ] _____
- [ ] _____
- [ ] _____
- [ ] _____
- [ ] _____
- [ ] _____
- [ ] _____
- [ ] _____
- [ ] _____
- [ ] _____
- [ ] _____
- [ ] _____
- [ ] _____
- [ ] _____

### Notes

Week of _____  Quote of the week _____

Monday

Tuesday

Wednesday

Thursday

Friday

Saturday                    Sunday

To do:

Notes

# Week of

## Quote of the week

### Monday

### Tuesday

### Wednesday

### Thursday

### Friday

### Saturday

### Sunday

## To do:

- [ ]
- [ ]
- [ ]
- [ ]
- [ ]
- [ ]
- [ ]
- [ ]
- [ ]
- [ ]
- [ ]
- [ ]
- [ ]
- [ ]
- [ ]
- [ ]

## Notes

Week of _____     Quote of the week _____

Monday

Tuesday

Wednesday

Thursday

Friday

Saturday     Sunday

To do :
- [ ] _____
- [ ] _____
- [ ] _____
- [ ] _____
- [ ] _____
- [ ] _____
- [ ] _____
- [ ] _____
- [ ] _____
- [ ] _____
- [ ] _____
- [ ] _____
- [ ] _____
- [ ] _____
- [ ] _____
- [ ] _____
- [ ] _____
- [ ] _____

Notes

# Week of _____  Quote of the week _____

## Monday

## Tuesday

## Wednesday

## Thursday

## Friday

## Saturday                    Sunday

## To do:

- [ ] _____
- [ ] _____
- [ ] _____
- [ ] _____
- [ ] _____
- [ ] _____
- [ ] _____
- [ ] _____
- [ ] _____
- [ ] _____
- [ ] _____
- [ ] _____
- [ ] _____
- [ ] _____
- [ ] _____
- [ ] _____
- [ ] _____
- [ ] _____

## Notes

Week of _____     Quote of the week _____

Monday

Tuesday

Wednesday

Thursday

Friday

Saturday          Sunday

To do:

Notes

Week of _____  Quote of the week _____

Monday

Tuesday

Wednesday

Thursday

Friday

Saturday          Sunday

To do:
- [ ] _____
- [ ] _____
- [ ] _____
- [ ] _____
- [ ] _____
- [ ] _____
- [ ] _____
- [ ] _____
- [ ] _____
- [ ] _____
- [ ] _____
- [ ] _____
- [ ] _____
- [ ] _____
- [ ] _____
- [ ] _____
- [ ] _____

Notes

# Week of _____    Quote of the week _____

## Monday

## Tuesday

## Wednesday

## Thursday

## Friday

## Saturday                Sunday

## To do:

- [ ] _____
- [ ] _____
- [ ] _____
- [ ] _____
- [ ] _____
- [ ] _____
- [ ] _____
- [ ] _____
- [ ] _____
- [ ] _____
- [ ] _____
- [ ] _____
- [ ] _____
- [ ] _____
- [ ] _____
- [ ] _____

## Notes

Week of _____    Quote of the week _____

Monday

Tuesday

Wednesday

Thursday

Friday

Saturday    Sunday

To do:

Notes

Week of _____    Quote of the week _____

Monday

Tuesday

Wednesday

Thursday

Friday

Saturday          Sunday

To do:

Notes

Week of _____   Quote of the week _____

Monday

Tuesday

Wednesday

Thursday

Friday

Saturday            Sunday

To do :

Notes

*Week of* _____    *Quote of the week* _____

*Monday*

*Tuesday*

*Wednesday*

*Thursday*

*Friday*

*Saturday*    *Sunday*

*To do :*
- [ ] _____
- [ ] _____
- [ ] _____
- [ ] _____
- [ ] _____
- [ ] _____
- [ ] _____
- [ ] _____
- [ ] _____
- [ ] _____
- [ ] _____
- [ ] _____
- [ ] _____
- [ ] _____
- [ ] _____
- [ ] _____

*Notes*

Week of _____    Quote of the week _____

Monday

Tuesday

Wednesday

Thursday

Friday

Saturday            Sunday

To do:

Notes

Week of _____   Quote of the week _____

Notes

Monday

Tuesday

Wednesday

Thursday

Friday

Saturday     Sunday

To do :
- _____
- _____
- _____
- _____
- _____
- _____
- _____
- _____
- _____
- _____
- _____
- _____
- _____
- _____
- _____
- _____
- _____

# Week of _____

## Quote of the week _____

### Monday

### Tuesday

### Wednesday

### Thursday

### Friday

### Saturday

### Sunday

## To do:

- [ ] _____
- [ ] _____
- [ ] _____
- [ ] _____
- [ ] _____
- [ ] _____
- [ ] _____
- [ ] _____
- [ ] _____
- [ ] _____
- [ ] _____
- [ ] _____
- [ ] _____
- [ ] _____
- [ ] _____
- [ ] _____
- [ ] _____
- [ ] _____

## Notes

Week of _____     Quote of the week _____

Monday

Tuesday

Wednesday

Thursday

Friday

Saturday            Sunday

To do:

Notes

Week of _____     Quote of the week _____

Monday

Tuesday

Wednesday

Thursday

Friday

Saturday     Sunday

To do :

Notes

# Week of _____    Quote of the week _____

**Monday**

**Tuesday**

**Wednesday**

**Thursday**

**Friday**

**Saturday**    **Sunday**

## To do:

- [ ] _____
- [ ] _____
- [ ] _____
- [ ] _____
- [ ] _____
- [ ] _____
- [ ] _____
- [ ] _____
- [ ] _____
- [ ] _____
- [ ] _____
- [ ] _____
- [ ] _____
- [ ] _____
- [ ] _____
- [ ] _____
- [ ] _____

## Notes

# Week of _____   Quote of the week _____

## Monday

## Tuesday

## Wednesday

## Thursday

## Friday

## Saturday     Sunday

### To do:
- [ ] _____
- [ ] _____
- [ ] _____
- [ ] _____
- [ ] _____
- [ ] _____
- [ ] _____
- [ ] _____
- [ ] _____
- [ ] _____
- [ ] _____
- [ ] _____
- [ ] _____
- [ ] _____
- [ ] _____
- [ ] _____
- [ ] _____
- [ ] _____

### Notes

Week of _____   Quote of the week _____

Monday

Tuesday

Wednesday

Thursday

Friday

Saturday            Sunday

To do:

Notes

*Week of* _____     *Quote of the week* _____

*Monday*

*Tuesday*

*Wednesday*

*Thursday*

*Friday*

*Saturday*     *Sunday*

*To do:*

☐ _____
☐ _____
☐ _____
☐ _____
☐ _____
☐ _____
☐ _____
☐ _____
☐ _____
☐ _____
☐ _____
☐ _____
☐ _____
☐ _____
☐ _____
☐ _____
☐ _____
☐ _____

*Notes*

# Week of _____    Quote of the week _____

## Monday

## Tuesday

## Wednesday

## Thursday

## Friday

## Saturday    Sunday

## To do:

- [ ] _____
- [ ] _____
- [ ] _____
- [ ] _____
- [ ] _____
- [ ] _____
- [ ] _____
- [ ] _____
- [ ] _____
- [ ] _____
- [ ] _____
- [ ] _____
- [ ] _____
- [ ] _____
- [ ] _____
- [ ] _____
- [ ] _____

## Notes

Week of _____  Quote of the week _____

Monday

Tuesday

Wednesday

Thursday

Friday

Saturday          Sunday

To do:

Notes

Week of _____

Quote of the week _____

Monday

Tuesday

Wednesday

Thursday

Friday

Saturday

Sunday

To do:

- [ ] _____
- [ ] _____
- [ ] _____
- [ ] _____
- [ ] _____
- [ ] _____
- [ ] _____
- [ ] _____
- [ ] _____
- [ ] _____
- [ ] _____
- [ ] _____
- [ ] _____
- [ ] _____
- [ ] _____
- [ ] _____
- [ ] _____

Notes

# Week of _____  Quote of the week _____

## Monday

## Tuesday

## Wednesday

## Thursday

## Friday

## Saturday     Sunday

### To do:
- [ ] _____
- [ ] _____
- [ ] _____
- [ ] _____
- [ ] _____
- [ ] _____
- [ ] _____
- [ ] _____
- [ ] _____
- [ ] _____
- [ ] _____
- [ ] _____
- [ ] _____
- [ ] _____
- [ ] _____
- [ ] _____

### Notes

Week of _____    Quote of the week _____

Monday

Tuesday

Wednesday

Thursday

Friday

Saturday    Sunday

To do :

Notes

Week of _____    Quote of the week _____

Monday

Tuesday

Wednesday

Thursday

Friday

Saturday            Sunday

To do :

- [ ] _____
- [ ] _____
- [ ] _____
- [ ] _____
- [ ] _____
- [ ] _____
- [ ] _____
- [ ] _____
- [ ] _____
- [ ] _____
- [ ] _____
- [ ] _____
- [ ] _____
- [ ] _____
- [ ] _____
- [ ] _____

Notes